a Billberry Studio Production

અર્પણ,

આજની જનરેશનનાં દરેક વાચકને અને એની લાગણીઓને

*કારણકે આખી જિંદગી એને યાદ કરીને નીકાળવા કરતાં, એનાં કોઈક બીજાં સાથેનાં લગ્નમાં દિલથી, હસતાં મોઢે જઈને સેલ્ફી પડાવવા માટે વધારે હિંમતની જરૂર પડે છે!

Thank you Vatsal,

આ પુસ્તકનાં વિચાર માટે,
મારા શબ્દોને તારા 'અક્ષર' આપવાં માટે,
આ પુસ્તક બનાવવા માટે,
અને કાયમ મૂકેલાં વિશ્વાસ માટે...

પરબીડિયું

The letters you have waited for...

હું મ્યુઝિક સાંભળતાં સાંભળતાં એણે આપેલાં ડ્રોઇંગ્સ વાંચી રહી હતી. અચાનક ડ્રોઇંગ પર મારી જોડે જોડે કોઈક બીજો પડછાયો પણ દેખાયો. હજી હું ઊંધી ફરું જોવા માટે કે કોણ છે, એ પહેલાં જ એણે મારો હાથ પકડ્યો. ખુરશીને લાત મારીને મને જોરથી ખેંચીને ઊભી કરી. હું પડવા જેવી થઈ ગઈ હતી. મારું બૅલેન્સ જતું રહ્યું હતું. માંડ માંડ હું બાજુની દીવાલને ટેકે ઊભી રહી. હું હજુ કંઈક જાણી શકું એ પહેલાં એ મારી નજીક આવીને ઊભો રહ્યો. મને ફક્ત એની લાલ આંખો દેખાતી હતી, બીજું કશું જ નહીં.

મને સમજ જ નહોતી પડી રહી કે શું થઈ રહ્યું હતું! હમણાં પાંચ મિનિટ પહેલાં તો એ એના રૂમમાં કંઈક કામ કરી રહ્યો હતો.

શું થયું એને આમ! હું સાવ જ ડરી ગઈ હતી. મેં એને ખરાબમાં ખરાબ પરિસ્થિતિમાં જોયો હતો.

પણ શું આમ!

આમ તો ક્યારેય નહીં!

“હું શું છું તારા માટે?”

બે મિનિટ સુધી કોઈ કશું જ બોલ્યું નહીં. પછી જોરથી

બરાડયો એ,

"જવાબ આપ."

મેં એકદમ શાંતિથી જવાબ આપ્યો,

"કંઈ જ નહીં - કોઈ જ નહીં." એના હાવભાવમાં બિલકુલ ફેર નહોતો પડ્યો.

"તો? કેમ? કેમ છે તું અહીં?"

"ઓકે, કાલે સવારે નીકળી જઈશ" મેં એટલી જ શાંતિથી કહ્યું એને.

વાત પતાવવાના ઈરાદાથી મેં એને સાઈડમાં કર્યો ને હું ખુરશી ઉપાડવા ગઈ. એણે મારો હાથ પકડીને એ જ દીવાલ પર હડસેલી. હવે એ મારાથી સહેજ પણ દૂર નહોતો. એનું નાક મારા ગાલ પર હતું. મારા હોઠથી લગભગ ૨૫ mm જ દૂર એના હોઠ હતા. આ એ જ શ્વાસ હતો! જે ક્યારેક આદત હતો ને અત્યારે મુસીબત લાગતો હતો. જે પણ હતો, હું એનાથી દૂર ના જઈ શકી. એના કરતાં પણ ખરાબ વાત એ હતી કે એનાથી દૂર જવાનો પ્રયત્ન પણ ના કરી શકી. બાકી હતું તો પેલા ૨૫ mm દૂર રહેલા હોઠ ફફડ્યા,

"આટલો નજીક છે એ તારાથી?" અચ્છા તો ખબર પડી

ગઈ.

'તારે શું? મારી જિંદગીમાં જે થાય એ!

બસ, એમાં હવે તું નથી. અને આ વાત તું સમજી જાય
તો સારું.

ને don't you dare touch like this again!'

પણ આમાંનું કશું જ ના કહી શકી હું એને.

એણે મારો હાથ જોરથી મરોડ્યો. મારા મોંમાંથી ચીસ
નીકળી ગઈ. ૨૫ mmનો ગૅપ ૧૫ mmનો થઈ ગયો આ
આખી પ્રોસેસમાં. પણ હજુ એને કોઈ જ ફેર નહોતો
પડતો. મેં એ ગૅપ પાછો ૨૫ mm થઈ જાય એવો ટ્રાય
કરવાનું શરૂ કર્યું. પણ એને ત્યાં જ ૧૫ mm દૂરથી જ
બોલવાનું ચાલુ કર્યું.

"આના કરતાં ક્યાંય વધારે તકલીફ પડી છે તને
આટલામાં શું ઊંહકારા ! મેં જ તો આપી છે તને! પણ એ
તકલીફ આપવાનો હક તો મારો જ છે ને?"

"મારે કોઈ જ વાત નથી કરવી. હું સવારે નીકળી જઈશ.
ઇનફૅક્ટ હું હાલ અત્યારે જ નીકળી શકું છું.

I don't think I am answerable to you anymore."

"કેમ? તું તો કહેતી'તી ને કે intimacy depends more on

the talks than looks. ભૂલી ગઈ?"

"ભૂતકાળ ભૂલવા માટે જ હોય છે. It's all gone." હવે મારાથી ન રહેવાયું. કેટલી વાર સુધી માણસ જખ્મોને બોલતાં રોકી શકે? એણે ફરીથી હાથ મરોડ્યો. આ વખતે પહેલાં કરતાં પણ વધારે દુ:ખ્યું, પણ ચીસ ના નીકળી મોંમાંથી. ને હવે 30 mm દૂર હતા અમારા હોઠ. એટલે નાક પણ હવે એનું ગાલ પરથી કાન પર શિફ્ટ થઈ ગયું હતું. એણે કાનમાં ધીરેથી પૂછ્યું,

"તો પતી ગયું બધું?"

"ક્યારનું."

એણે એકદમ જ મને એનાથી દૂર કરી ને જોરથી બોલ્યો,

"Let's celebrate.

Finally it is over!!!

ના, પતી તો ક્યારનું ગયું જ હતું ને!

But we didn't celebrate it properly!!

હેં ને?

ખરેખર!

એટલે જ અહીં બોલાવી હતી તને."

મારા કાચ પર જોર જોરથી બે ટકોરા પડ્યા. Fuhhhhh thank God! ટેક્સીની બહાર એક ભિખારી ઊભો હતો. હું ક્યારેય આમ પૈસા નથી આપતી. પણ આજે મેં આપ્યા એને બે રૂપિયા. એણે મને બહાર કાઢી એ રાતમાંથી! કેટલી વાર એકની એક રાત રીવાઇન્ડ કરે રાખીશ હું! આવી ગયું એરપોર્ટ હાઈશ...

ડોમેસ્ટિક એરપોર્ટ હવે એરપોર્ટ નથી લાગતું મને. ભીડ તો જો! બોર્ડિંગ પાસ, કૉફી, હેન્ડ બેગ ને ફોન એકસાથે લઈને હું આખા એરપોર્ટ પર સૌથી શાંત જગ્યાની શોધમાં હતી. એમ પણ હજુ અહીં બે કલાક કાઢવાના હતા અને કેટલુંય કામ બાકી હતું. એણે કીધું હતું એ પ્રમાણે કામ શરૂ કરતાં પહેલાં મારે એણે આપેલી નવે નવ બુક્સ વાંચવાની હતી. મેં એને ચોખ્ખી ના પાડી હતી- કે મારે નથી વાંચવું. એવી કોઈ સ્પેશિયલ જરૂર હોય તો ઠીક છે. પણ એણે કશું જ સાંભળ્યા વગર કહી દીધું હતું,

'આઈ વોન્ટ યુ ટુ રીડ એન્ડ સો યુ હેવ ટુ.'

અને યાર અહીં કોઈ જગ્યા કેમ નથી મળી રહી!

મારો ડિપાર્ચર ગેટ ૬ નંબરનો હતો ને ૨૬ નંબરના ગેટ

પર મને બેસવાની જગ્યા મળી.
એની વે, વૉકિંગ ઇસ ઑલ્વેઝ ગુડ.
મને શાંતિની કેટલી જરૂર છે!
આજુબાજુના લોકોના અવાજો નહીં, મગજમાં કોઈ વિચારો નહીં , કોઈ સવાલો નહીં.

Why he didn't come for dropping me? હજુ તો હેન્ડબેગ બાજુમાં મૂકી નથી એ પહેલાં જ મગજે હળી કરવાનું ચાલુ કરી દીધું.
હું અહીં ફક્ત એનાં કામ માટે આવી હતી. અને એ મને એરપોર્ટ મૂકવા પણ ના આવી શકે- એટલું અગત્યનું શું કામ હશે એને!
આમ તો આજે દસમી સવાર હતી જે મેં એની જોડે જોઈ હતી. તો એટલા માટે એ મને સી ઑફ કરવા આવે! વ્હૉટ નૉનસેન્સ!

And why this old chap has to seat here? મારી એકદમ પાછળ! આજકાલ મારી નજીક કોઈ બેઠું હોય ને તોપણ મારા વિચારોમાં જાણે ઘૂસીને ટીખળી કરશે એમ લાગે છે!
એ મને મૂકવા કેમ ના આવ્યો?

હવે હું ઘરે પહોંચીશ, પછી મમ્મી કેટલા સવાલો કરશે! કેટલી ચિંતા થઈ ગઈ છે આજકાલ મારી મમ્મીને!

ચિંતા! એને પણ ચિંતા તો મારી ઘણી હતી. ખાલી ગ્રોસરી લેવા બહાર ગઈ હતી એટલામાં એના ત્રણ ફોન આવી ગયા હતાં!

ને આજે ગુડબાય કહેવા પણ ફોન ના કર્યો! એનો ઇગો મારા માટેની ચિંતાથી વધારે મોટો થઈ ગયો!

ને હું મમ્મીને શું જવાબ આપીશ?

એણે બતાવેલાં છોકરાને શું મોં બતાવીશ? મમ્મીએ જબરદસ્તી તો નહોતી કરીને હા પાડવા માટે?

પણ મને આ બધી વાતથી બીક જ નથી લાગતી! જોયું જશે!

પૂનાનાં એરપોર્ટ પર આટલાં બધાં બંગાળી લોકો શું કરે છે! કલ્ચર, ભાષા, ડ્રેસિંગ, એક જ ભારત દેશમાં ન જાણે કેટલાય દેશ!

ઇન્ડિયા રીચ હોત તો કેટલું ઇનસ્પિરેશનલ હોત! એની વે, દરેક દેશનું એક નસીબ હોય છે, પણ અફસોસ એ વાતનો છે કે મારો દેશ ખાલી નસીબ પર ચાલે છે!

કેમ ના આવ્યો એ? આવા સવાલો મૂકીને લોકો જતા જ

કેમ હશે!

શાંતિથી ચાલતી હોય જિંદગી ઑલમોસ્ટ બોરિંગ ને ફ્રસ્ટ્રેટિંગ. એમાં ઇન્ટરેસ્ટિંગ સવાલો આવે ને પછી લાગી જાય વાટ.

કેટલો અજીબ સવાલ છે? એરપૉર્ટ પર પણ શહેરના જ લોકો દેખાય એવું ક્યાંથી શક્ય છે, તોપણ ઇન્ડિયામાં પ્લેન એક શહેરમાંથી બીજા શહેરમાં લેન્ડ થાય તો કેટલું બધું બદલાઈ જાય!

જોકે ના આવ્યો, તો બી કોઈ વાંધો તો નથી જ. હવે મને કોઈ વાતનો એટલો કંઇ ફરક જ ક્યાં પડે છે!

આ તો એણે ફૉર્માલિટી માટે આવવું જોઈતું હતું.

કેટલી નફરત હતી મને આ શબ્દ ફૉર્માલિટીથી? 'કેમ છો' કોઈ પૂછે તોય કહેવાનું મન થતું મને, મનેય ક્યાં સમજાયું છે કે કેમ છું હજી?

પણ હવે મને ફોર્માલિટી ફાવે છે!

હવે મારા અણગમામાં એટલું વજન ક્યાં રહ્યું છે!

એ ખાલી મૂકવા જ નથી આવ્યો ને એમાંય મારું મન કેટલું ક્રિએટિવ થઈ ગયું! દરેક શાયર ક્યાંક ને ક્યાંક કોઈક પ્રેમને તો નહીં જ પામ્યો હોય ને! એનો મતલબ

તો એ જ થયો ને કે,

દુઃખ વગર કવિતા ન જન્મે!

પણ હવે મને આમાં કોઈ જુદો જ એન્ગલ દેખાય છે. એ શાયરને કાશ ખબર હોત એણે પ્રેમ ખોઈને શું મેળવ્યું છે!

કોઈ સહેજ તાકાત લગાવીને આ બધી લાગણીઓમાંથી બહાર નીકળી શકતું હોત તો!

કેટલું બાંધે છે લાગણીઓ?!

કેટલું બધું!!!

આ બંગાળીઓ વિશે કહેવાયેલી સૌથી ઓવરરેટેડ વાત ખબર છે શું છે, they are beautiful. May be they are colourful!

એને મારી કોઈ વાત ખટકી ગઈ હશે! LOL! મારી કોઈ વાતની અસર પણ નહીં થતી હોય હવે એને!

મને એક વાત ખૂબ જ સારી રીતે ખબર છે કે હવે એ એની જિંદગીમાં એવી કોઈ વાત પર નહીં અટકે જેનો કોઈ પણ ભાગ હું હોઈશ!

એમ પણ જિંદગી 'અટકી ગયા પછી' શરૂ થાય છે, 'અટકી જવા પર' નહીં!

કેટલો બધો ફેર પડી ગયો છે એનામાં પણ!

કેટલો વધારે શાંત થઈ ગયો છે! બોરિંગ પણ!

ના, કદાચ બોરિંગ નથી થયો!

હવે કદાચ કેટલો ઇન્ટરેસ્ટિંગ છે, એ બતાડવામાં એને રસ નથી રહ્યો.

કેમ સાવ એકલી બેસવા માંગતી હતી હું? મગજની શાંતિ માટે. અને અહીં જો, મારું મન કેટલા વિચારોમાં!

આવવા જેવું જ નહોતું એને મળવા.

હા, એ તો કાયમ છેલ્લે એમ જ કહું છું ને કહેતી હતી ને!

મારી ફ્લાઇટ જો ક્રેશ થઈ જાય તો ટેમ્પરરી કેટલા સવાલોમાંથી બચી જઉં હું?

અને હા, પછી પણ મારે તો કોઈ જવાબ જ નહીં આપવાના ને!

ના, આમ તો નહીં મરી જઉં હું.

આખરે એક વાર પૂછવું તો પડશે ને કે સી ઑફ કરવા કેમ ના આવ્યો!

Huh!

જોક!

એ કોઈ એટલો પણ અગત્યનો નથી!ને એમ પણ હવે કોઈ ક્યાં અગત્યનું છે! એક કામ કરું, એની આપેલી

બુક્સ જ વાંચું.

એમ પણ પુસ્તક એવી વસ્તુ છે ને કે જે તમને તમારી લમણાફૂટને ભુલાવી તમને કોઈ બીજાના લમણામાં લઈ જાય, ને ત્યાં ગમે તેટલી લમણાફૂટ થાય, પોતાના કરતાં તો હળવી જ લાગે!

આમ તો, ઇગો રૂલ પ્રમાણે એ મને મૂકવા ના આવ્યો તો મારે એની બુક્સ શું કામ વાંચવી? વાત તો સાચી છે. પણ એને થોડી ખબર પડવાની છે કે હું એની બુક વાંચું છું, એટલે મારો ઇગો ઇન્ટેક્ટ છે.

વાત તો આ પણ સાચી છે.

નવ નવ ચોપડીઓ તો કોઈ આપતું હશે? શું કામ આપી હશે એણે મને! એને તો પુસ્તકનો શોખ બિલકુલ નહોતો. કદાચ હવે થઈ ગયો હશે!

એ એમ પણ બધું ઑનલાઇન જ વાંચતો. હા, એનું વાંચન તો ઘણું હતું, પણ તોય મેં એની પાસે ક્યારેય પુસ્તકો નહોતાં જોયાં.

મને સમજાતું નહોતું કે એણે મને જ કેમ પસંદ કરી આ કામ માટે?

એણે પુસ્તક પણ ગિફ્ટરેપ કરીને આપ્યા હતા-

કાગળની બરબાદી! શું કામ કરી એણે?

એમાં પાછું દરેક પુસ્તક અલગ રીતે રેપ કરેલું હતું.

મેં મારી હેન્ડબેગ મારી બાજુમાં મૂકી- કૉફીનો કપ એ બેગ અને ખુરશીના હેન્ડલની વચ્ચે મૂક્યો. અને હળવેથી હેન્ડબેગમાંથી બધા પુસ્તક બહાર નીકાળ્યાં. દરેક પુસ્તક પર કાર્ડ પણ હતું. કઇં ખાસ નહોતું લખ્યું એની પર.

To પછી મારું નામ લખ્યું હતું ને From પછી એનું નામ લખ્યું હતું. અને હા, બીજું ૯ લખ્યું હતું.

ઓહ! તો એણે મારી આ મુશ્કેલી પણ સોલ્વ કરી નાખી હતી.

દરેક પુસ્તક પર નંબર આપ્યા હતા એણે- એટલે મારે કયા પુસ્તક પછી કયું વાંચવું એ મને ખબર પડે.

મેં ૧ નંબરવાળું પુસ્તક શોધ્યું અને એનું ગિફ્ટ રેપ ખોલ્યું. ફોટોગ્રાફિક બુક હતી આખી!

Wow!

દરેક ફોટોગ્રાફની નીચે એની ટેકનિકલ ડિટેઇલ અને ફોટોગ્રાફરની સ્ટોરી હતી એ ફોટો પાછળની.

મેં આખી બુક ફેરવવા લાગી.

અચાનક વચ્ચેથી એક એન્વેલોપ મળ્યું. જેની પર લખ્યું હતું,

"પરબીડિયું ૧"

હવે મને ફોટોગ્રાફમાંથી અચાનક જ રસ ઊતરી ગયો હતો. ભાન જતું રહ્યું હતું કે ભાનમાં આવી ગઈ હતી પાછી, ખબર નહીં પણ મેં ફટાફટ એ એન્વેલોપ ખોલ્યું, કાર્ટરીજ પેપર પર 5 પાનાંનો લેટર લખ્યો હતો એણે. આટલું બધું કર્યું તો એક પેપર કંઇક અલગ લેવો હતો. પોતાની સ્કેચબુકમાંથી કાઢીને લઈ લીધો!

Hi!
મારું પ્લાનિંગ લાઈફ ટાઈમ ખોટું પડ્યું છે, તને તો ખબર જ છે! I hope you have followed the sequence I have written, btw sorry for the selection of the paper. Because this was not preplanned. તું આમ મારી આંખ સામે હોઈશ આટલા સમય પછી, એ પણ ક્યારેય શક્ય નહતું. પણ હવે તું છે મારી આંખ સામે, રાતના બે વાગે! આટલાં ચેનથી સૂઈ રહી છે, હું કદાચ છેલ્લા બે કલાકથી તને જોઈ રહ્યો છું! મારે તને કહેવું છે, અત્યારે જ કહેવું છે તને- અગર તું અત્યારે સપનું જોતી હોય તો મારે ત્યાં અંદર આવીને ઊઠાડીને

કહેવું છે કે હજુ પણ હું તને
જોઈ રહ્યો છું!!! મને ખબર
નથી મને શું થઈ રહ્યુ છે, પણ
હા, હું જોઈ રહ્યો છું!
અને મને ડર લાગે છે કે હું તને
ક્યારેય કહી જ ના શક્યો કે
હું તને આમ જોતી હતી...
તો શું!?

અચ્છા તો રાતે પેપર શોધવા માટે આટલી ખટરપટર થતી હતી. Huh! I know you were up. ને હું તો તને સૂતી જ લાગવાની હતી. ને શું થઈ રહ્યું હતું આ? આવું તો મહિનાઓની રાહ પછી એનો પહેલો વૉટ્સએપ જોઈને પણ નહોતું થયું.

પણ હવે મારે તને કહી જ
દેવું છે. બંધાવું નથી હવે મારે,
ફરીથી એ જ રીતે પ્રયત્ન કરવો
છે કે તને બાંધી દઉં. રોકી
લઉં કાયમ માટે. પણ મને
ખબર છે કે એ તો હું કરી
શકીશ જ નહીં ક્યારેય. બસ,
એટલે લખી રહ્યો છું કે તને
કહી તો દઉં. ના, કોઈ કડવાશ
ભૂલ્યો નથી હું - હજી પણ એટલું
જ વાગે છે બધું મને. ને એટલે
જ તો તારી સામે હું કુવિચાર
નહીં મૂકું. પણ આ અહમ્‌ને
અવગણીને થોડી વાર આ દિલને
જીવવા તો દઉં! મહિનાઓથી
અહમ્‌ને ન્યાય આપ્યો છે, એમાં
ને એમાં દિલ કદાચ વધારે ગાંડું
થઈ ગયું છે. કેટલું ગાંડું ખબર છે તને?

આજે સવારે તને એરપોર્ટ પહેલી
વાર જોઈ, ત્યારથી પ્રાર્થના કરતો
હતો કે જેટલું બને એટલો મોડો
તારો સામાન આવે, ત્યાં તો હું
છુપાઈ જાઉં ને તને મળું જ નહીં ને
તું બીજી ફ્લાઇટમાં જ પાછી જતી
રહે - કે ક્યાં તો સામાન આવે જ
નહીં! પણ આમાંનું કશું જ ના થયું,
ને જ્યારે તું ટ્રોલી લઈને બહાર
નીકળી ત્યારે હું ઊંધો ફરી ગયો.
ને પછી મારો ખોટો સીન તો
આવવાનો જ હતો. તું સાવ જ
મારી પીઠ પાછળ આવીને ઊભી
રહી ગઈ હતી. પણ તેં મને બોલાવ્યો
નહીં. રાહ જોઈ હું ઊંધો ફરું એની
જેશ હું અત્યારે અદૃશ્ય થઈ જાઉં.
એવી રીતે કે ક્યારેય પાછો જ ના
આવું. માંડ માંડ મેં મારી જાતને સંભાળી

અને ઊંધો ફર્યો. થેન્ક ગોડ! તું
બહુ સુંદર ન હતી! નહિ તો ત્યાં જ
ભેટી લીધું હોત મેં તને. હા, હજુ
પણ કેટલી લઘરવઘર હતી તું!
આમ જ હોઈશ તું હજુ પણ
તારામાં કંઈ જ બદલાયું નહીં
હોય! અગર જો ખરેખર કશું જ
બદલાયું નહીં હોય તો આપણી
વચ્ચે? પણ ના, એવું તો નથી,
આજે આખો દિવસ તેં એવું
કશું જ કીધું નહીં, કશું જ કર્યું નહીં
પણ તોય મને એવું લાગ્યું કે
આ સમય ફક્ત મેં માંગેલો નથી.
તું છું ને આમાં ક્યાંક! કોઈ જ
તર્કવિતર્કનો વિચાર કર્યા વગર મેં
તને બોલાવી લીધી છે અહીં. કોઈ
જ પૂછપરછ વગર પણ. આજુબાજુના
કોઈનો વિચાર કર્યા વગર. મને
બીક પણ લાગે છે!

અઢળક પ્રયત્નો કર્યાં છે મેં
છેલ્લા થોડાઘણા મહિનાઓમાં.
કેટલીય વાર તને ભૂલવાની કોશિશ
કરી છે. તારાથી દૂર જવા માટે ન
જાણે કેટલી ભીડમાં ભટક્યો છું.
ને બીજું ઘણું બધું! શું કહું હવે!
આખો દિવસ તું કામ વિશે પૂછતી
રહી. એવી રીતે વાત કરતી રહી
જાણે કે કશું થયું જ નહોતું,
ભૂતકાળ ભૂલવાની એક્ટિંગ
કેટલી સારી રીતે કરી શકીએ
છીએ આપણે! બસ અમુક
આદતો જ હતી જે પાછી લઈ
જતી હતી પણ એને બી અવગણી
શકતા જ હતા ને આપણે. કેટલી
સુંદર રીતે આપણે એકબીજાને
મદદ કરી રહ્યા હતાં! આખો
દિવસ મેં તને બતાવ્યું કે તું
અહીં જ છું એ કેટલી સામાન્ય
બાબત છે મારા માટે!

ને તેં મારા ઘરમાં રહેવાની ના
પાડી, એ તો મને સાવ જ
કેઝ્યુઅલ! આખો દિવસ કેઝ્યુ-
-અલ બનવામાં મને કેટલું અઘરું
પડ્યું છે, તને ખબર છે?!

કદાચ,
તને પણ ખબર તો છે જ! રાતના
સાડા ત્રણ થયા છે પણ મને
સહેજ પણ ઊંઘ નથી આવતી-
તને ખબર છે છેલ્લી કેટલી
રાતોથી હું આમ જ છું! કેટલીય
રાતોથી હું ઊંઘ્યો જ નથી! એમ
પણ તું છોડીને ગઈ એ પછી જે
બધું થયું તે કદાચ હું તને
ક્યારેય કહી નહીં શકું, એ એટલું
ભયાનક હતું! કેટલું બધું ફર્યો
તારી સાથે. કદાચ આ શહેરની
હવા જ આટલી સુંદર છે! અને
એ કહે, મને નથી ખબર કે તે
નોટીસ કર્યું કે નહીં પણ આપણે

આજે લગભગ પાંચ કલાક ત્યાં
બેસીને વાતો કરી હતી. અને પછી
જ્યારે આપણે બે બહાર નીકળ્યા
ત્યારે હવે તું એરપોર્ટ પર લાગતી
હતી એનાં કરતાં ઘણી સુંદર
લાગતી હતી. સાંજે ફૂટપાથ પર
ચાલતા ચાલતા પેલાં ઝાડનાં
પાંદડાનો પડછાયો જે પવનના
લીધે તારી ઉપરથી આવજા
આવજા કરતો હતો, હારા! હું
તને કહી શકત કે આટલી
સુંદર તું મને એ વખતે પણ
નહોતી લાગી જ્યારે તું ખરેખર
સારી લાગતી હતી. ના, તારા
કરતાં ઘણી, ઘણી જ સુંદર
છોકરીઓ જોઈ હતી મેં!! હા, તને
તો ખબર જ છે. પણ એ
એક્સપ્રેશન, હવે તને એ
એક્સપ્રેશન ખુબસૂરત બનાવતા
હતા. બાકી તું મારી તો નહોતી જ

લાગતી! ઘણા દિવસે આજે મેં એક એવો દિવસ જોયો કે જેમાં મારી પાસે દુઃખી થવા સમય નહોતો. લોહી વહેવડાવી રહેલા ઘાને અચાનકથી રૂઝ આવી ગઈ હોય એમ લાગતું હતું. થેંક યુ સો મચ. મને નથી ખબર આ વખત પછી આપણે ફરીથી ક્યારે મળી શકીશું? કદાચ વર્ષો પછી તું હસતી હોઈશ મને યાદ કરીને! કદાચ મને સાવ જ ભૂલી જઈશ...
વાહ! તારી જિંદગીમાં ના રહ્યા પછી પણ આ મનને તારા મનમાં રહેવું છે! ને તું કહેતી હતી કે હું તારા માટે પઝેસિવ નહોતો. કેટલી રાતો મેં આમ નિહાળી હતી- તારી રાહને ઉપર ફરતા પંખાના અવાજમાં પડઘાતી અનુભવી હતી. ને તું આજે મારી સામે હતી! મારા એક જ

ફોનકોલ ઉપર. જ્યારે જ્યારે પણ
હું ઇશ્વરને ફરિયાદ કરીશ ને
જિંદગીને છીનવી લેવા માટે, ત્યારે
કાયમ અટકી જઇશ આ રાતને
યાદ કરીને! તારો ચહેરો હવે
ચાંદનીમાં સ્પષ્ટ દેખાઇ રહ્યો
હતો. હું કહી શકીશ ખરો તને
આ બધું! કહી નહીં શકું તો કંઈ
નહીં પહોંચાડવાની પણ હિમ્મત
ક્યાં છે મારામાં!
ભગી ગઇ હું નું હવે. મને બીક
લાગે છે કે હું પકડાઇ જઇશ.
હજી પણ મને બીક લાગે છે
તારાથી. આમ તો હજુ પણ ઘણું
કહેવું છે પણ બસ, હવે કાલે
કહીશ.

મને આ કોઈ વાતથી ફેર નહોતો પડતો. એટલે? કેટલાં લેટર્સ છે ટોટલ?

મે વારાફરતી બધી બુક ખોલવા માંડી, હવે મને બુક શેના પર છે એમાં રસ નહોતો. દરેક બુકની અંદર એક એન્વેલોપ હતું.

પરબીડિયું ૨,

પરબીડિયું ૩,

પરબીડિયું ૪, ... પરબીડિયું ૯.

હવે મને ઈચ્છા થઈ કે પહેલા જ છેલ્લુ એન્વેલોપ ખોલી દઉં ને પતાવું. મેં ખોલવા માટે ઊંધું ફેરવ્યું.

"Please, please open this at the end."

અને અમને લાગતું હતું કે અમે એકબીજાને સમજી શકતાં નથી. એની વે, મેં 'પરબીડિયું ૨' વાળું એન્વેલોપ હાથમાં લીધું.

"પરબીડિયું ૨"

કેટલું મીઠું કર્યું તે ઊંઘવામાં
આજે? આખા દિવસના પાઠ
પછી પણ તારે આજે ભુલી
જેવું હતું. આજે સવારે જે
નાસ્તો મેં બનાવ્યો: પોંઆ -
એ છેલ્લા દસ દિવસથી
બનાવું છું હું. તોપ ના આવશ્યા
મને. ઉપરથી મીઠું નાખીને તેં
કહ્યું તારે સહેજ વધારે મીઠું
જોઈએ છે, એટલે મારે તો મોળા
જ ખાવા પડ્યા. આઈ હોપ તેં
નીચેના સહેજ બળી ગયેલા પોંઆ
નહીં ખાયા હોય. અગર બળી ગયા
હશે તો તને સ્વાદ પણ આવી
જ ગયો હશે ને. ના, મારે કુકિંગ
સ્કિલ્સ નહોતી બતાવવી તને!
એ તો મને ખબર જ છે કે
મને નહીં આવડે. મને નથી

આવડતું રાંધવાનું. મને ખબર
છે તને પણ નથી આવડતું. પણ
મને તો તારા જેટલું પણ નથી
આવડતું.

હું એ જ વિચારું છું કે તને આવડ્યું ક્યાંથી? શું જરૂર હતી? હું ક્યાં કોઈ નજીકનું માણસ રહી હતી હવે તારા માટે. મારા માટે તો હું હવે માણસ જ ક્યાં રહી હતી!

બસ, આજે મારે તને ઘરનું
જમવાનું ખવડાવવું હતું. કેટલા
વખત પછી આપણે ડાઈનિંગ
ટેબલ પર એકસાથે બેઠાં હતાં.
કેટલા બધા વખત પછી આજે
કેટલું બધું હતું?
કુળવી કુળવી વહેલી સવાર હતી.
બહાર મારા નાનકડાં બગીચામાં
ઝાકળ હતી,
આખી રાત તને જોઈ શક્યાનું
સુકૂન હતું,
તેં બનાવેલી ચાની સુગંધ હતી.
પેલા કઠેડે સુકાતો તારો ટુવાલ
હતો,
મારા સ્ટડી ટેબલ પર પડેલી તારી
ઇયરરિંગ્સ હતી,
ઘણા વખતે છાપું પેપર સ્ટેન્ડમાં
ગોઠવાયું હતું,

ઓશીકાની બાજુમાં તારી
અડધી વંચાયેલી વાર્તા હતી,
તારા ભીના વાળમાંથી ટપકતાં
પાણીના બુંદો હતાં,
વાસણ ભેંડીમાં વપરાયા હતાં,
મારું બનાવેલું જમવાનું કોઈક
બીજાએ કેટલા વખતે ખાધું
હતું?
તારી આંખોમાં અંજાયેલું નવું
નવું ભીનું ભીનું કાજલ હતું.
ઓટલા પર તારા પગલાં હતાં,
કોઈ એકલતાનો ઓછાયો નહતો.
આખા વાતાવરણમાં મળે કે
હૂંફ હતી, આ ઘર અત્યારે
ખાવા નહોતું દોડતું.
કારણ? બસ ખાલી તું હતી?

ફરીને ફરી વાંચું છું હું આ. આગળ વધી જ શકતી નથી.
આ તેં લખ્યું? મારા માટે? તને આવું લાગ્યું પણ ખરું?
ખરેખર?
કેટલું બધું બદલાઈ ગયું છે તારી અંદર? તું આટલો
બદલાઈ શકે ખરો? વિશ્વાસ નથી થતો.

તો તારી હાજરીની આવી
અસર મારી જિંદગીમાં કેમ
નહોતી? ના, હું શાયર નથી
બની ગયો... કદાચ હતો જ!
તારા સુધી પહોંચવા ના દીધું
ક્યારેય! કે પહોંચી શકાયું નહીં?

હમ્મ..

નથી બદલાયો, ક્યાંથી બદલાય? હજુ પણ અધૂરી વાર્તાની કલમ તો તને મારા હાથમાં જ લાગે છે ને! પહેલાં લખેલી દસ લીટીઓ કરતાં છેલ્લી લખેલી આ એક લીટીમાં વધારે ભાર હતો! કેમ આવું કરે છે તું હજી પણ? સાતમા આસમાને લઈ ગયા પછી ધડામ દઈને નીચે...

ઘણી વાર ઘણાં શહેરમાં ઘણો
સમય ગાળ્યો આપણે, પણ તારી
સાથેની સવાર આટલી સુંદર હશે
એની ક્યાં ખબર હતી!
આજે આખો દિવસ કેટલો
સુંદર હતો? હા, આપણે તો હજુ
પણ ફોર્મલ હતાં. કેટલાં દૂર હતાં-
પણ જે કંઈ અંદર પીગળવાનું
ચાલુ થઈ રહ્યું હતું- કેટલું
અલગ હતું! ગઈ કાલે તો એમ
પણ કામને લગતી દરેક વાત
ટાળી હતી, પણ આજે તો!
તને એક વાર શું કીધું કે બે
કલાકનો રસ્તો છે, આઠ વાગ્યામાં
મને તૈયાર કરી દીધો. ને આડા
આડે ઓલમોસ્ટ આપણે અડધે
રસ્તે હવાં! મેં તો બે કલાક
ફિક્સ ગણીને કીધું હતું, મને
ક્યાં ખબર હતી કે વહેલી સવારે

આટલો ઓછો ટ્રાફિક હશે!
પણ આ તો ખાલી તેં
શરૂઆત જ કરી હતી મને
સરપ્રાઇઝ કરવાની.
સાઇટ ઉપર પહોંચતાની સાથે
જ તારામાં કોઈ અલગ જ
આભાસ ઉતરી આવ્યો હતો.
નો ડાઉટ, જગ્યા જોઈને તારા
મોં પર ઉત્સાહ છલકાઈ
આવ્યો હતો, પણ એક અક્ષર
ના બોલી તું! જ્યાં સુધી આખું
કામ ન પત્યું, ત્યાં સુધી કંઈ
જ ના કીધું તે! ને લન્ચ પર
ગયાં ત્યારે એકસાથે 20
સવાલ હાથમાં ધબાવી દીધા.
આવી ક્યારે હતી તું? દરેક
વાત સમજ પડે એ પહેલાં
સવાલ પૂછી લેવા જોઈતાં હતા
તને. આટલી બધી બદલાઈ ગઈ

હતી તું કે મારી સામે સ્માર્ટ
બનવાનું નાટક કરતી હતી?!
તારે નાટક કરવાની જરૂર નહોતી.
એમ તો હવે તો તારે કંઈ
કરવાની જરૂર જ ક્યાં હતી?
ના, પણ તેં પૂછેલા સોરી
લખેલા સવાલ જોઈને એવું
લાગતું હતું કે કાલની મિટિંગમાં
તું ઘણી કામમાં આવીશ.
હા! એમ પણ તારા વગર,
કંઈ નહીં...
હું લઈ જઈશ તને, બસ.

અહીં મેં જિંદગીનેય સવાલ પૂછવાના છોડી દીધા છે. તું બીજા સવાલોની ક્યાં પત્તર ખાંડે છે! ખાલીખોટું દરવાજા ખખડાવીને શું કરવાનું... જ્યાં સામે છેડે કોઈ ખોલશે એ તો દૂર, કોઈ હશે એવી આશા પણ નથી?

ને મિટિંગ!

Huh!

તું મારી સામે બેઠી હતી, મારી
જોડે જમી રહી હતી, મારા
ઘરમાં જ રહેતી હતી. મેં કીધું ને
કંઈ જ પૂછ્યા વગર આવી ગઈ
હતી!? કેમ? હવે તને કોઈ તકલીફ
નહોતી મારાથી? કોઈ ફરિયાદો
નહોતી મારાથી? કેમ હવે કશું
જ નહોતું પૂછ્યું તારે? કે પછી
કોઈ ફેર જ નહોતો પડતો તને?
તો આવી જ શું કામ? ક્યાં
ખોવાઈ ગઈ તારી ફરિયાદો?
કેટલી શાંત બેઠી છે તું! ને હું?!
મારી અંદર કેટલાં તોફાનો ચાલી
રહ્યાં છે તને આમ જોઈને તેની
તને ખબર પણ છે? છોડી દઉં
આ નાટક બધું, પૂછી લઉં તને
સીધું જ? ના, ના! મેં મારી જાતને-
અને મને પડેલી દરેક તકલીફને

પ્રૉમિસ કર્યું છે કે હું સામેથી
આ વખતે કંઈ જ નહીં કહું.
એટલે જ તો આમ લખી રહ્યો
છું!
અને બદલાઈ તો ખરેખર તું જ
છે! હજુ હમણાં બે વાગે તો સૂતી
છે ને ચાર વાગે તને પાણી
પીવાનું મન થાય છે, આ તો સારું
છે હું નાઇટ લેમ્પ ચાલુ રાખીને
લખું છું.
ફાઇનલ, બસ્સો.

તો રાતે તરસ લાગે એમાં મારો શું વાંક છે? મેં બાજુમાં પડેલી મારી કૉફી પતાવી- એમ પણ ખાસી એવી ઠરી ગઈ હતી એ.

"પરબીડિયું ૩"

આટલી જ દુશ્મનાવટ હતી તો
હા જ શું કામ પાડી હતી
આવવા માટે? મારા જ કામમાં
મારા જ લોહીની સામે? મેં જ
જે લોહીને પાંચ મિનિટ પહેલા
મળાવ્યા હતા, એમને જ સાથે
રાખીને તું મારા ખિલાફ
જઈ રહી હતી? અને એ પણ
મારા કોઈ વાંક વગર? હાલે મેં
તને બધી જ ડીટેલ્સ આપી
દીધા એટલે?

પરબીડિયું

મેં નહોતું કીધું મને લઈ જવાનું મિટિંગમાં. Your fault!

મારો જ વિશ્વાસ તોડીશ તું?
એ પણ સાવ આવી રીતે? પણ
તારી પાસેથી આશાય શું રાખી
શકું હું આખરે! એમ જ તો
કર્યું હતું તે કાયમ. મેં માંગ્યુ
એ મારી ભૂલ હતી! તારી
પાસેથી માંગ્યુ મેં!! તને મળ્યા
પછી પણ. શું એવું માંગ્યું હતું
મે? કે તું ખાલી ઑફે આવે,
તેં જે કાલે વિચાર્યું હતું એ
શેર કરે, કોઈક ઇનપુટ મળી શકે
કામમાં. બસ! તારી એવી ખાસ
કોઈ જરૂર હતી જ નહીં. તારા
વગર એ મિટિંગ થઈ જ શકત-
તું પણ જાણતી જ હતી આ વાત.
તને તો તારા આવવાની જરૂર પણ
લાગતી નહોતી, તો આવીને આવું
શું કામ કર્યું? કેટલી હિંમત જોઈએ

ખબર છે ફરીથી હિંમતને એકઠી
કરવામાં? તું કાયમ આમ જ હતી?
હું જ ના જોઈ શક્યો તને? કાયમ,
એક્સપ્લેનેશન આપતી, પોતાની
મતને સાચી સાબિત કરતી રહેતી
તું; છતાંય મને તારી પર વિશ્વાસ
હતો. હા, બધું પતી ગયું, છૂટી
ગયું પછી પણ મને તારી પર
વિશ્વાસ હતો. કેમ? કેમ કે હું
શીખતો નથી? અને એ પછી
પણ, 20 લોકોની વચ્ચે મારું
અપમાન કર્યા પછી, મારી
inefficiency સાબિત કર્યા પછી
તું શાંતિથી મારી જોડે લંચ પર
આવી શકે છે, જાણે કે કંઈ થયું
જ નથી....

માંડ માંડ રોકી છે મેં આજે
મારી જાતને તૂટતાં. આખો દિવસ
એ જ ઓફિસમાં રહે છે, સાંજે
મારી સાથે બહાર પણ આવે છે,
ને સોરી તો દૂરની વાત છે મને
હેરાન કરીને તકલીફ પહોંચાડી
છે એવો ભાવ પણ તારા મોં પર
નથી. બ[illegible]ઈ તો આ હતી. કાયમ
જ્યારે કંઈ પણ બન્યું તું કાયમ
પ્રયત્ન તો કરતી જ ઠીક કરવાનો.
પણ અત્યારે તો, તને તો બધું
ઠીક જ લાગતું હતું. ક્યાંથી થઈ
ગઈ આમ તું? ના! હતી જ તું
આમ! અગર તારી પાસેથી આવી
જ આશા હતી તો શું કામ
બોલાવી મેં તને? મારી જ ભૂલ
છે.

ના, નહોતી મને આવી આશા
તારી પાસેથી. તું મારી જોડે રહે
એટલે બોલાવી હતી તને. નહોતી
આશા મને કે તું મારી સામે ઊભી
રહીશ. ગમે તે થયું, તે આવું
ક્યારેય નહોતું કર્યું. અને એના
કરતાં પણ વધારે અગત્યનું,
જાણીજોઈને આમ નહોતું કર્યું તેં.
કદાચ આ છેલ્લો લેટર છે. તને
આ પ્રોજેક્ટ પર જોડે રાખવાનું
જરૂરી નહોતું. તારા માટે પણ
નહીં. ને હવે મારામાં તાકાત
બચી પણ નથી.
કદાચ, આજે છેલ્લો દિવસ છે
તારો આ શહેરમાં.
ખરેખર કોઈ મતલબ છે તને
આમ લેટર્સ આપવાનો?

કંઈ મતલબ જ નથી તને કંઈ
લખવાનો....
You know what, આપણે છૂટાં
પડી શકીએ છીએ એ વાત પર
મને વિશ્વાસ થઈ શકત પણ તું
આગી એઈને મારી સાથે નહીં હોય
એ વાત પર હજુ સુધી વિશ્વાસ
નથી મને!
કેમ? કેમ નથી?
મને કંઈ જ સમજાતું નથી
અત્યારે.
આજે તેં એટલો તોડી નાખ્યો
છે મને, જેટલો પહેલાં ક્યારેય
નહોતો તોડ્યો!

ખબર છે મેં ખોટું કર્યું. પણ એ દિવસે મારે એક જ વાત જોવી હતી કે તને એ વાત સમજાય છે ખરી કે, હું જાણીજોઈને ખોટું કરું તો એ આવું હોય. અત્યાર સુધી કરેલું ખોટું... મેં કૉફીનો કપ ડસ્ટબિનમાં નાખ્યો અને નેક્સ્ટ એન્વેલોપ ખોલ્યું.

"પરબીડિયું ૪"

મને લાગે છે કે તને ખબર
પડી ગઈ છે કે હું રાતે જાગું
છું. હા, શું કામ એ તને
ખબર નહિ પડી શકે. પણ
આજે સવારે તે મને ચોંકાવી
દીધી હતી.
હા, આખો દિવસ હું રાહ જોતી
હતો કે તું કંઈ કહે મને એ
ઈન્સિડન્ટ વિશે, કંઈ વધારે નહિ
તો ખાલી બસ ઝઘડી લે, પણ
તેં આખો દિવસ એમાંનું કઈ
જ ના કર્યું. ને અત્યારે આમ
અચાનકથી સવારના ૪ વાગે
રુમમાં આવી જવાનો શું મતલબ
હતો?
બસ તારા એક સોરી એ વાત
બદલી નાખી. સાચું કહું અત્યાર
સુધી કીધેલુ સૌથી સુંદર સોરી
હતું આ. મને ખબર હતી તેં નાખ્યું

જ કીધું છે સોરી. તને લાગતું
નથી કે તે ખોટું કર્યું હોય. જાણી
જોઇને કરેલું એ ભૂલ થોડી હોય!
તેં એટલે જ કીધું સોરી કારણકે
મને ફેર પડતો હતો.
મને ફેર પડે છે એ વાતથી તને
ફેર પડે છે.
કરેક્શન
મને ફેર પડે છે એ વાતથી
હજુ પણ તને ફેર પડે છે!
આ વાતે તને રોકી લીધી. પણ
આજે આપણે ઓછા ફોર્મલ
થઈ ગયા હતા. કદાચ વધારે
રિયલ બનવા માંડ્યા હતા,
આ સારું નહોતું આપણા
બન્ને માટે. બીક લાગતી હતી
મને કે આપણે ફરીથી ત્યાં
જ પહોંચી જઈશું તો?

મને સમજાતું નથી તું અત્યારે
ઘરમાં આટા કેમ મારે છે?
સૂઈ જ ને! Shitt! તું તો હવે
અહીં આવે છે...

શું મતલબ હતો આ લેટર મને આપવાનો?

સડેલું મોઢું જોઈને દયા આવી ગઈ હતી મને. ભીખમાં માંગી હતી માફી મેં. કોઈ જ આશા વગર. આજુબાજુ બધે લેટર્સનો ઢગલો થઈ ગયો હતો, ક્યાંય લખ્યું નહોતું કે મારે દસ લેટર્સ હાલ ને હાલ જ વાંચવાના છે. મેં વંચાયેલા લેટર્સને બેગમાં મૂક્યા. બુક્સને અંદર મૂકી. ને નેકસ્ટ એન્વેલોપ કાઢયું.

"પરબીડિયું ૫"

ક્યાંથી માંગું તારી પાસે?
કયા હકથી પૂછું હવે હું તને?
કોણ હતું એ? જે તને મળવા
બોલાવતું હતું?
જેની સાથે તું આટલી બધી વાતો
કરતી હતી! એ પણ આટલી
બધી વાર?
જેના મેસેજ જોઈને તારા મોં
પર સ્માઈલ આવી જતું હતું.
જેની સાથે વાત કરવા તારે
મારાથી દૂર જવું પડતું હતું?
જેની કોઈ વાતથી તને અકળામણ
નહોતી થતી!
જેનાથી તારા ઘરમાં કોઈને
તકલીફ નહોતી થતી!
આટલા દિવસો મને સમજ્યું
કેમ નહીં! કેમ?
કેમ રોજ રોજ તું આમ કરે છે મને?

ના, ના કાલે જે કર્યું એ તો!
એ તો, કંઈ હતું જ નહીં આની
સામે. એટલે અહીં તું શું બદલો
લેવા આવી છે?
એટલે હવે તું છે જ નહીં મારી?
રહ્યું જ નહીં બાકી કશું?
નથી લખવું મારે તને.

ને આ લખ્યા પછી તું મને ઊંઘમાંથી ઉઠાડવા આવ્યો. હવે પાંચ દિવસ સાચવીને રાખેલી ફૉર્માલિટી ક્યાંય જતી રહી હતી ને તારી!"

આ એ જ રાત હતી- ફરીથી! ફરીથી મારી આંખ સામે આવી ગઈ.

હું મ્યુઝિક સાંભળતાં સાંભળતાં એણે આપેલાં ડ્રોઇંગ્સ વાંચી રહી હતી. અચાનક ડ્રોઇંગ પર મારી જોડે જોડે કોઈક બીજો પડછાયો પણ દેખાયો. હજી હું ઊંધી ફરું જોવા માટે કે કોણ છે, એ પહેલાં જ એણે મારો હાથ પકડ્યો. ખુરશીને લાત મારીને મને જોરથી ખેંચીને ઊભી કરી. હું પડવા જેવી થઈ ગઈ હતી. મારું બેલેન્સ જતું રહ્યું હતું. માંડ માંડ હું બાજુની દીવાલને ટેકે ઊભી રહી. હું હજુ કંઈક જાણી શકું એ પહેલાં એ મારી નજીક આવીને ઊભો રહ્યો. મને ફક્ત એની લાલ આંખો દેખાતી હતી, બીજું કશું જ નહીં.

મને સમજ જ નહોતી પડી રહી કે શું થઈ રહ્યું હતું! હમણાં પાંચ મિનિટ પહેલાં તો એ એના રૂમમાં કંઈક કામ કરી રહ્યો હતો.

શું થયું એને આમ! હું સાવ જ ડરી ગઈ હતી. મેં એને ખરાબમાં ખરાબ પરિસ્થિતિમાં જોયો હતો.

પણ શું આમ!

આમ તો ક્યારેય નહીં!

“હું શું છું તારા માટે?”

બે મિનિટ સુધી કોઈ કશું જ બોલ્યું નહીં. પછી જોરથી

બરાડયો એ,

"જવાબ આપ."

મેં એકદમ શાંતિથી જવાબ આપ્યો,

"કંઈ જ નહીં - કોઈ જ નહીં." એના હાવભાવમાં બિલકુલ ફેર નહોતો પડ્યો.

"તો? કેમ? કેમ છે તું અહીં?"

"ઓકે, કાલે સવારે નીકળી જઈશ" મેં એટલી જ શાંતિથી કહ્યું એને.

વાત પતાવવાના ઈરાદાથી મેં એને સાઈડમાં કર્યો ને હું ખુરશી ઉપાડવા ગઈ. એણે મારો હાથ પકડીને એ જ દીવાલ પર હડસેલી. હવે એ મારાથી સહેજ પણ દૂર નહોતો. એનું નાક મારા ગાલ પર હતું. મારા હોઠથી લગભગ ૨૫ mm જ દૂર એના હોઠ હતા. આ એ જ શ્વાસ હતો! જે ક્યારેક આદત હતો ને અત્યારે મુસીબત લાગતો હતો. જે પણ હતો, હું એનાથી દૂર ના જઈ શકી. એના કરતાં પણ ખરાબ વાત એ હતી કે એનાથી દૂર જવાનો પ્રયત્ન પણ ના કરી શકી. બાકી હતું તો પેલા ૨૫ mm દૂર રહેલા હોઠ ફફડ્યા,

"આટલો નજીક છે એ તારાથી?" અચ્છા તો ખબર પડી

ગઈ.

'તારે શું? મારી જિંદગીમાં જે થાય એ!

બસ, એમાં હવે તું નથી. અને આ વાત તું સમજી જાય તો સારું.

ને don't you dare touch like this again!'

પણ આમાંનું કશું જ ના કહી શકી હું એને.

એણે મારો હાથ જોરથી મરોડ્યો. મારા મોંમાંથી ચીસ નીકળી ગઈ. ૨૫ mmનો ગૅપ ૧૫ mmનો થઈ ગયો આ આખી પ્રોસેસમાં. પણ હજુ એને કોઈ જ ફેર નહોતો પડતો. મેં એ ગૅપ પાછો ૨૫ mm થઈ જાય એવો ટ્રાય કરવાનું શરૂ કર્યું. પણ એને ત્યાં જ ૧૫ mm દૂરથી જ બોલવાનું ચાલુ કર્યું.

"આના કરતાં ક્યાંય વધારે તકલીફ પડી છે તને, આટલામાં શું ઊંહકારા ! મેં જ તો આપી છે તને! પણ એ તકલીફ આપવાનો હક તો મારો જ છે ને?"

"મારે કોઈ જ વાત નથી કરવી. હું સવારે નીકળી જઈશ. ઇનફેક્ટ હું હાલ અત્યારે જ નીકળી શકું છું.

I don't think I am answerable to you anymore."

"કેમ? તું તો કહેતી'તી ને કે intimacy depends more on

the talks than looks. ભૂલી ગઈ?"

"ભૂતકાળ ભૂલવા માટે જ હોય છે. It's all gone." હવે મારાથી ન રહેવાયું. કેટલી વાર સુધી માણસ જખ્મોને બોલતાં રોકી શકે? એણે ફરીથી હાથ મરોડ્યો. આ વખતે પહેલાં કરતાં પણ વધારે દુ:ખ્યું, પણ ચીસ ના નીકળી મોંમાંથી. ને હવે 30 mm દૂર હતા અમારા હોઠ. એટલે નાક પણ હવે એનું ગાલ પરથી કાન પર શિફ્ટ થઈ ગયું હતું. એણે કાનમાં ધીરેથી પૂછ્યું,

"તો પતી ગયું બધું?"

"ક્યારનું."

એણે એકદમ જ મને એનાથી દૂર કરી ને જોરથી બોલ્યો,

"Let's celebrate.

Finally it is over!!!

ના, પતી તો ક્યારનું ગયું જ હતું ને!

But we didn't celebrate it properly!!

હેં ને?

ખરેખર!

એટલે જ અહીં બોલાવી હતી તને."

"ઓકે. હવે જઉં હું? અત્યારે જ નીકળી જઉં છું હું." મારે ફરીથી નહોતા જવું ત્યાં, જ્યાંથી નીકળવા માટે હું હજી પ્રયત્નો કરતી હતી. મેં મારો સામાન ભરવાનો ચાલુ કર્યું. એ રૂમમાંથી નીકળી ગયો. હવે મને કશું થતું જ નહોતું. કોઈ ફેર પડતો નહોતો. અમુક હકીકતો પતી ગઈ છે એ વાતની માણસને વારંવાર ખાતરી જ જોઈતી હોય છે.

પાંચ મિનિટ રહીને એ રૂમમાં આવ્યો..

એ હવે શાંત હતો. મારી પાસે આવીને મને પેલી ખુરશીમાં બેસાડી ને પોતે ત્યાં સામે બેઠો. અને એણે મારા હાથમાં એક બૉક્સ મૂક્યું,

"ઓપન ઇટ." મેં શાંતિથી એ બૉક્સ ખોલ્યું,

અંદર એની ફેવરિટ પેન હતી! કોણ ભૂલી શકે એની આ પેનને! યાદ છે મને, એક વાર મારી જોડે રહી ગઈ હતી એના લીધે એણે મારી સાથે ચાર દિવસ વાત નહોતી કરી. મેં એની સામે જોઇને કીધું ,

"તો?"

"યાદ છે આ પેન!"

"હમ્મ..." મેં પેન હાથમાં લીધી. કૅપ ખોલી તો ખબર

પડી કે અંદરથી તૂટી ગઈ હતી!

"કઈ રીતે તૂટી ગઈ આમ?" થોડો shock એમનેમ જ મારા અવાજમાં ઊતરી આવ્યો.

"તને ખબર છે આ પેનને હું કેટલું સાચવતો હતો! ક્યારેક જ કાઢતો હતો!"

"મને બધું જ યાદ છે, આગળ?!

આઈ મીન આ પેન વિશે મને બધું જ યાદ છે.."

એ એક સેકન્ડ માટે બોલતાં બોલતાં અટકી ગયો,

"હમ્મ, એક વખત આ પેન મારા એક ફ્રેન્ડ પાસે જતી રહી એ પણ વેકેશનનાં સમયમાં! મને જાણે કે મારું બધું લૂંટાઈ ગયું હોય ને એમ લાગવા લાગ્યું. બે મહિને એ પેન મારી પાસે પાછી આવી. જ્યારથી એ પાછી આવી ત્યારથી એ મારી વધારે નજીક થઈ ગઈ હતી. એક દિવસ, ઘણાં વખત પછી મેં મારી કંપનીનાં રજિસ્ટ્રેશન ફોર્મ પર સાઇન કરવાં માટે આ પેન કાઢી હતી.

આખી જિંદગીમાં ક્યાંય ના ચાલ્યો એ માણસની કંપની ચાલી ગઈ. કદાચ આ પેનનાં લીધે?!"

બે મિનિટ માટે એકદમ શાંત થઈ ગયો એ, વાત ચાલુ કરવા મેં એને પૂછ્યું,

"પછી?"

"સાઇન કર્યા પછી હું જ્યારે એને અંદર મૂકવા ગયો. ત્યારે મારા હાથમાંથી છટકી ગઈ, આવી - આના કરતાં સારી-ખરાબ બધી જ પેન મને મળી જશે, બસ આ નહીં મળે! એટલે બસ મેં એને સાચવી રાખી છે.

અને,

અને એ ગમે તેટલી તૂટી જશે હું એને ક્યાંથી દૂર કરી શકીશ?"

હવે એનો અવાજ ફાટવા લાગ્યો હતો!

"મને ખાલી અફસોસ એ વાતનો છે કે મેં એને તોડી છે, ભલે અજાણતાં જ, પણ મેં એને તોડી!"

આટલું બોલીને એ બહાર નીકળી ગયો.

હું મારી જિંદગીમાં ઘણી વાર એની નજીક આવી હતી! ઘણી વાર એને વળગીને સૂતી છું, ઘણી વાર મારા આંસુ એણે પોતાનાં ખોબામાં ઝીલ્યાં છે, I even don't remember how many times I used to kiss him in a day! અમે અનહદ નજીક રહી ચૂક્યા છીએ એકબીજાથી, પણ તોય મને એવું કેમ લાગ્યું કે પહેલી વાર મને લાગણી શું કરી શકે એ સમજાયું છે!!

આખરે લઈ જ ગયો એ મને ત્યાં, જ્યાંથી હું ભાગતી હતી! પણ હું પાછું વળીને કેમ જોઉં! મેં મારા વિચારોને બાજુમાં મૂકી આગળ વાંચવાનું નક્કી કર્યું. હવે મારે બધું જ વાંચી લેવું હતું! મેં આગળનો લેટર બહાર કાઢ્યો.

"પરબીડિયું ૬"

આજે સવારે તું જ્યારે બેગ
ભરીને આવી ત્યારે મારા મનમાં
ધ્રાસકો પડી ગયો. બસ! આ
અંત હતો!!! આ વાતનો આ
જ અંત હતો? મગજ તો કેટલું
આસાનીથી માની જવાનું હતું
કે આમ તો થતું આવ્યું હતું.
સમજાવવું પડશે મનને ફરી.
શીખવુ જ પડશે - જે શીખવાના
આટલાં પ્રયત્નો કર્યા હતા ને
હારી ગયો હતો, એ હવે ફરી
શીખવું પડશે. મારે તારા વગર
જીવવાનું!?
બે મિનિટ રહીને તેં પુછ્યું,
"મુંબઈ જવાનું છે, મેં કીધું
હતું ને એક ફ્રેન્ડના લગ્નમાં....
મૂકવા આવીશ?"
પહેલી વાર તને જોયું હતું ત્યારે
પણ આટલું સારું નહોતું લાગ્યું

જેટલું આ સાંભળીને લાગી રહ્યું હતું. પણ થોડીક જ મિનિટો માં મને અહેસાસ થયો કે તું છેક કાલે સાંજે પાછી આવીશ. અને, કાશ હું તને બતાવી શકત-મારો આજનો દિવસ! આખો દિવસ ક્યારે તને ફોન કરી શકું એની રાહમાં ગયો. ફોન કરવા જઉં તો લાગતું હતું કે રાત્રે જે થયું તેના પછી તું વાત કરીશ કે નહીં! બસ સાંજે તારો ફોન આવ્યો ત્યારે થોડી રાહત થઈ. તો પણ ફરીથી એ જ સમયમાં ચાલ્યો જઉં છું - એ જ અંધકાર માં જ્યાં victim પણ હું છું ને culprit પણ હું છું. અને victim હોવાથી પડતી તકલીફ મને એટલી નથી પડતી જેટલી culprit હોવાનો ભાર અકળાવે છે. મને

તકલીફથી છુટકારો મળે છે.
કોઈ નશો જ અસર કરતો
નથી. આજે ક્યાંક ખોવાઈ જવું
છે! કોઈક ઊંડાઈઓમાં ડૂબી
જવું છે! છેલ્લે બસ, બે આંસુ
છે ડૂબવા માટે, એ પણ સાવ
જ છીછરા. કેટલાય વખતથી
નથી રડ્યો હું કેટલો પિગાળી
દીધો તેં મને - લાગે છે કે કોઈ
રમત રમાઈ ગઈ મારી સાથે.
અત્યારે તું પણ નથી - અને મારી
તાકાત પણ જતી રહી. સાવ
ખોખલો છું હું અત્યારે - સાવ જ
ખાલી - મારો અહમ્ - અભિમાન
કદાચ બધુ જ - I think, I
don't exist anymore. પણ
ફેર મને ફક્ત તારી ગેરહાજરીથી
પડે છે. તારો માસથી અલગાવ પણ

મારે, મારી પાસે જોઈએ છે
તારી અંદર મારા માટે જે
કંઇ પણ ભર્યું હોય એ બધું જ
-નફરત, violence બધું જ મારે
જોઈએ છે. શું લખું હું? કઈ
રીતે કહું તને કે આ રાત નથી
નીકળતી. બચાવી લે મને
અહીંથી. લઈ જ મને. બધા
નશા, બધું મોટિવેશન બધું
સેલ્ફ રિસપેક્ટ જવાબ આપી
ચૂક્યું છે. પોતાની જાતને સમજી
શકવાની - જાણી શકવાની વાત
તો બહુ દૂર છે.
હવે, બસ આજનો દિવસ નહીં
નીકળે. હું આવું છું તને લેવાં.
સાંજ સુધી તો સાંજ સુધી રાહ
જોઈશ - જેટલું વહેલું જોઈ શકું
તને.

આ લેટરે મને એક જ ઝટકામાં વિચારો, તકલીફો, અપરાધો, ફરિયાદો બધાંમાંથી હકીકતમાં પટકી દીધી હતી. અમારો સંબંધ કાયમ એક રોલર કોસ્ટર રાઇડ હતો. દુનિયાની નજરે એ તમામ જગ્યા જ્યારે એની મારે જરૂર હતી ત્યાં એ ક્યાંય નહોતો. પણ જ્યારે મારે ખરેખર જરૂર હતી એ પૂછ્યા વગર હાજર હતો. આજુબાજુના કોઈ અમારા સબંધ ને સમજી ના શક્યું. ઉલટાનું જે અમે સમજ્યા હતાં એ પણ ભૂલાવી દીધું. ફોનના મેસેજમાં કે વિડિયો કોલિંગમાં કે આમ જ એક રૂમમાં અમે એકબીજાની ખૂબ નજીક હતા. Professionally, પણ અમે દુનિયાના ઢાંચામાં નહોતા ઢળતા. અમને આદત હતી કે અમારી આદતો અલગ હતી. પણ જે દુનિયા અમારી દુશ્મન હતી એણે અમને જ ધીરે ધીરે એકબીજાના દુશ્મન બનાવી દીધા. અમને એકબીજા પાસે જે આશાઓ હતી એમાં દુનિયાની આશાઓ વચ્ચે આવી ગઈ! એટલે અમે એકબીજા પાસેથી બસ એ જ માંગતા રહેતા, જે અમારે માંગવું જોઈએ. મગજને થોડાક કલાકોનું સુકૂન આપવા ને આપવામાં અમારા દિલે જ વિશ્વાસ ખોઈ નાખ્યો

એકબીજા પરનો. અત્યારે મને એક જ વાત સમજાતી હતી... એ દરેક વસ્તુ જે દુનિયા, આજુબાજુના લોકો, ફરજો બધાં માટે કરી હતી. એ સંબંધ તૂટતાં એક જ વાક્ય પર આવી ગયા, કે આ લોકોને બનતું નહોતું એકબીજા સાથે. પણ કદાચ અમારા સંબંધમાં એક જ વસ્તુ સારી હતી- અમારે એકબીજા સાથે જ બનતું હતું ખાલી. પણ એ સમજતાં હવે આટલો બધો સમય થઈ ગયો અને હજુ ય સ્વીકારાશે તો નહીં જ. કારણ કે એને તો સમજાયું જ નથી કે પેન જાણીજોઇને એણે તોડી નથી! ને તૂટેલી પેનને તો એમ જ લાગશે ને કે એનાથી લખનારે એની જોડે દગો કર્યો.

મેં બાકીના લેટર્સ અંદર મૂક્યા. મગજને ભૂતકાળમાંથી બહાર કાઢ્યું ને સાથે પછીનું એન્વેલોપ પણ. એક જ કાગળ હતો એમાં. ને બે જ લીટી લખેલી હતી એમાં.

"પરબીડિયું ૭"

Whenever I am dying, this night will bring me back to life. Thank you, કેટલા મહિનાઓ પછી રાતે ઊંઘ આવી છે !

huh! Despo! એની સાતમી ચિઠ્ઠી પછી આખરે એ મારા
મોં પર સ્મિત લાવવામાં સફળ હતો. મારો ફેવરિટ લેટર
હતો આ. મેં નેક્સ્ટ લેટર લેવા માટે એન્વેલોપ ખોલ્યું, ને
મારી ફ્લાઇટનું એનાઉન્સમેન્ટ થયું! ના, કદાચ
એનાઉન્સમેન્ટ ક્યારનું થઈ રહ્યું હતું- મારું ધ્યાન
અત્યારે ગયું. હું છેલ્લા બે લેટર્સ હાથમાં જ લઈને
બોર્ડિંગ માટે ગેટ તરફ ગઈ. હું જ્યારે ગેટ પર પહોંચી
તો લાંબી લચક લાઈન હતી. હવે બધાનાં દેખતાં હું કઈ
રીતે વાંચીશ પણ ના જ રોકી શકી હું મારી જાતને. થયું
કે લાવ પહેલા છેલ્લો જ લેટર વાંચી લઉં. એન્વેલોપ
લીધું ને ખોલવા ગઈ, ફરીથી પેલી "Please, please
open this at the end." વાળી લાઇનમાં બે વાર please
વાંચીને બીજું એન્વેલોપ લીધું.
"પરબીડિયું ૮"

સમય જ છે આખરે તો! એ
પસાર થશે ને આપણે આપણી
જૂની ચાપટો ભૂલીને આગળ
વધી જઈશું... ને યાદનું તો
વાવાઝોડા જેવું છે, થોડોક સમય
આવશે - ને થોડી ઘણી બરબાદી
કરીને ચાલી જશે. અધૂરી વાર્તા
છોડવી કંઈ નાની વાત નથી. પણ
મેં છોડી જ દીધી. કુંજુ પણ
કદાચ છોડી જ દઈશ. આપણે
કેટલું બધુ છોડ્યુ છે એકબીજા
માટે! પોતાના જ લોકોનો પ્રેમ,
પોતાની ગમતી આદતો, પોતાનો
આટલો અગત્યનો અહમ! એમ
કહે છે કે 'self-respect is
something which you should
never compromise with'. અને
એમાં આપણે તો ખાણ હતા
અભિમાનની! બેઉ જણા! રાણી
બતાવવાને બતાવવામાં તો પ્રેમમાં

પડ્યા હતા! પણ આપણે આવું
ઇચ્છ્યું હતું ક્યારેય? કર્યું હતું
ક્યારેય એકબીજાને આટલી
હદ સુધી રહેંસી નાખવાનું!

Please, please come to the point.

કોણે કીધું હતું મને કે મારે ફ્લાઇટમાં બેસતા પહેલા વાંચી નાખવાનું છે! એ ફરી નહિ મળી શકે એવું પણ નહોતું. કેટલા ટાઇમ પછી મન બાલિશ થયું હતું ને આ બધા તર્કો બકવાસ લાગતા હતા!

હું અત્યારે જ વાંચીશ!

બસ, હવે એક વાત કહું, છેલ્લાં
થોડાક વર્ષોમાં અને ખાસ
કરીને છેલ્લાં થોડાક મહિનાઓમાં
મને એક વાત સમજાઈ છે.
આપણે ગાડીમાં છેલ્લે બેઠેલા
કઝિન્સ જેવા છીએ - જેમને
કમનસીબીથી દસ સીટર ગાડીમાં
પણ છેલ્લી સીટ મળી હોય,
જેમના પગ કોઈ હિસાબે સેટ
ના થતા હોય - જેમની અંદર
સૌથી વધારે ઝઘડા એટલાં
માટે થાય કારણકે એ લોકો
આગળના આઠ લોકોને શાંતિથી
બેસવા દેવા માંગતા હોય. બધા
દસ- પંદર મિનિટ પછી સેટ થઈ
જાય ગાડીમાં પણ આ લોકો
કલાક સુધી ઝઘડતા હોય. પણ
કલાક પછી એ બંને જબા એવી
રીતે સુતા હોય કે પછી એમના

હાથ-પગ બધું એકબીજામાં
એમણે એ રીતે સેટ કર્યું હોય
કે કોઈને કોઈ જ તકલીફ ન પડે!
ને પછી ડેસ્ટિનેશન આવે ત્યારે
ખાલી એ બેને જ ઊઠાડવા પડે!
ને આવી ઊંઘનો સંતોષ એમને
king size બેડ પર પણ ન
આવતો હોય! બસ આ ઊંઘ
આપણી જિંદગી છે - ને નથી
ખબર કે એ ઊંઘ પછી આપણા
પગને ખાલી ચડી ગઈ હશે;
હાથ રહી ગયો હશે કે નહીં! બસ,
મને સંતોષ જોઈએ છે એ ઊંઘનો.

મેં ઉપર જોયા વગર જ વાંચવાનું ચાલુ રાખ્યું.

પણ તું જતી રહીશ- બસ મારી પાસે રહી જશે આ દિવસો અને પેલી રાત! એ રાત! મારી જાત ઘણાં વખતે મને ગઈ રાતે મળી છે! મારે તને એટલું જ કહેવું છે કે એ રાત શું છે મારા માટે... એવું લાગ્યું તને જોઈને કે તું પણ રાહ જોતી હતી મારી. તેં ફોન કર્યો વખતે હું શહેરમાં જ હતો - દસ જ મિનિટમાં આવી ગયો એ વાત ભલે તારા માટે બહુ નવાઈની નહોતી. એ વાત મારા માટે બહુ નવાઈની હતી! આખો દિવસ રાહ જોયા પછી મળી હતી તું- છેક સાંજના છ વાગે ને ચાળીસ મિનિટે. પણ તને જોઈ ને લાગ્યું કે ભલે આ બધા જ મહિના જોયેલી રાહનું ફળ મળ્યું છે.

વ્હાઈટ સિલ્કનો કુર્તો, તારા
વિખરાયેલા વાળ, તારી બાલીઓ,
હાથનું કંગન ને એની જ મેડે
અથડાતી ઘડિયાળ, આસમાની
રંગનો તારો દુપટ્ટો- ને તારી
અંદર પડઘાતી રાડ! ને આ
બધાથી ખતરનાક દુપટ્ટાની નેટમાં
સંતાયેલી તારી નેકલાઈન...!
ઉફ્ફ!!
એ સ્મિત તેં જે મને એતાંની સાથે
આપ્યું હતું કંઈક વધારે જ નજીક
લાવી ગયું મને તારાથી.
મને થયેલા નુકસાન કરતાં
તારામાં આવેલો બદલાવ ક્યાંય
વધારે હતો!! હવે, હસી પડતાં
વાર લાગતી હતી તને! મન
મૂકીને વરસી પડવાનું, એ
નાનકડું બાળસહજ સ્મિત તો
હવે તારા મોં પર આવતું જ

નહોતું. Sarcasm નું લેવલ
ક્યાંય ઊંચુ થઈ ગયું હતું હવે.
થોડાંક જ મહિનાઓમાં કેટલી
મોટી થઈ ગઈ હતી તું. હા, હું
જે બની ગયો હતો એની સામે
તો તું ઘણી strong સાબિત
થઈ હતી પણ તોય તને આમ
જોઈને બીક લાગતી હતી- ક્યાંક
મેં જ તો નથી મારી નાખીને તને!
બાકી મને તો લાગતું હતુ કે
આજના જમાનામાં કોઈ કોઈના
માટે મરતું નથી. આમ જ
વિચારીને ઘણો ઘોંઘાટ પેદા
કર્યો હતો મેં મારી આજુબાજુ.
જે તારા લીધે આવી પડેલા
સન્નાટા સુધી મને પહોંચવા
પણ નહોતો દેતો. જિંદગી ઘણી
હદ સુધી આસાન હતી. એવું
લાગી રહ્યુ હતુ કે હું એક પાત્ર

ભજવી રહ્યો હતો જે મારે
તારામાંથી બહાર આવી ગયો
છું એવું સ્વીકારવા ભજવવું
હતું - જે હું નહતો.

અચાનક કોઈક અવાજ મારા કાનમાં પડ્યો,
'મેમ, બોર્ડિંગ પાસ!'
'ઓહ!' મેં એને બોર્ડિંગ પાસ બતાવ્યો, એણે બેગેજ ના ટૅગ્સ ચેક કર્યા અને મને અંદર જવાની પરવાનગી આપી. હજી તો એક લેટર આખો વાંચવાનો બાકી હતો. મેં પ્લેનમાં બેસીને જલ્દી આગળ વાંચવાનું શરૂ કર્યું. મારી આ તમામ anxiety પર આસપાસના લોકો વિચિત્ર રીતે જોઈ રહ્યા હતા. હું એમ પણ બોર્ડિંગમાં ઑલમોસ્ટ લાસ્ટ હતી. મેં ફટાફટ પ્લેનમાં જઈને, મારો સમાન મૂકીને, સીટ બેલ્ટ પહેરીને ફરીથી એ લેટર ખોલ્યો. એમ પણ આજે એર હોસ્ટેસનું લેક્ચર રિવાઇઝ કરવાનો કોઈ સ્કોપ નહોતો!

દિવસો તો ચપટીમાં નીકળી
જતા ને રાતના સહારાની
દુનિયામાં ક્યાં કમી છે! બસ,
મારી રાતમાં ઊંઘ નહોતી. ધીરે
ધીરે લાગવા લાગ્યું કે તું જતી
રહી છું. હવે હું એકલો જ છું.
પણ જેવો હકીકતમાં પટકાયો,
સમજાયું કે તું મારી અંદર એ
હદ સુધી છે કે હવે હું જ નથી
મારામાં બાકી રહ્યો! આજે તને
જોઈને કંઈ જ યાદ નથી રહેતું-
તું જે કોઈની પણ સાથે છે -
તું ક્યારેય કદાચ મારી સાથે
નહીં રહે. પણ, બસ મારે તને
આજે નથી જવા દેવી ક્યાંય.
બસ, મારે તને એક વાર કહેવું
છે કે તારું મારી જોડે હોવું એ

શું છે મારા માટે! આ પળો
હું નહીં ખોઉં. બહુ બધું ગુમાવ્યું
છે - કદાચ આખી જિંદગી આમ
જ જશે. આખા રસ્તામાં પ્રયત્ન
કર્યો કે તને કહી દઉં - અંદર
જાણે કે યુદ્ધ ચાલી રહ્યું હતું ને
તું કેટલી શાંત બેઠી હતી, કેટલી
સુંદર પળો હતી આ! કાશ, સમય
કાયમ આમ જ વીતે! મારાથી
નારાજ, અનહદ દુઃખી... પણ
તો ય મારી આંખ સામે તું!
ભલે મારી કરોડો ફરિયાદ હશે
તારી સામે! આપણે કાયમ તો
રસ્તો શોધી લેતા હતા - દૂર
રહેવા કરતા તો ક્યાંય વધારે
સહેલું હતુ ને રસ્તો શોધી નાખવું!
આપણે બે તકલીફોના analysis
માં એટલા ઊલઝી પડ્યા કે.....

કોણ ખોટું ને કોણ સાચું
ત્યારે પડશે જ્યારે કોઈક કહેશે!
રાતે ઘરે આવતાવેંત તને
પકડીને કીધું કે નહિ જીવી શકું,
ના જ. એ પછી તારી કોરી
ધાકોર આંખો જોઈને ત્યાં જ
તૂટી ગયો. પણ આ વખતે હું
હારવાનો નહોતી. જેટલું લડતી
વખતે નહોતો માની શકતો. એમ
જ આજે માની શકવાનો નહોતો.
તેં આટલા દિવસોમાં પહેલી
વાર મારા હાથ પકડ્યા-એ
પણ પોતાની જાતને મારા
હાથમાંથી છોડાવવા!
તારા મોં પર હજુ પણ કોઈ
જ ભાવ નહોતા!!!
મેં ફરીથી પકડી તને, please
સિવાય હું બીજું કઈ જ ન બોલી

શક્યો. મારી અંદર જે ચાલતું
હતું એ તું નહોતી જાણતી
એમ તો નહોતું - મારે તને આમ
તો કશું જ કહેવાની જરૂર નહોતી.
તોપણ તું જાણે કે આ આખી
પળમાં હતી જ નહીં. તે હળવેથી
પોતાના હાથ છોડાવ્યા અને
ત્યાંથી નીકળી ગઈ.
હું હાર્યો નહોતો પણ મને સમજાતું
નહોતું કે શું કરું!
તેં music સિસ્ટમ ચાલુ કરી,
લાઈટ ડીમ કરી ને મારી પાસે
આવી - મારા હાથમાં હાથ
પરોવ્યા. પણ આ બધામાં તારા
મોં પર કોઈ હાવભાવ જ નહોતા!
પણ એ પછી તેં જે મને દીધું એ
હજી મારા મનમાં હરી રહ્યું છે!

"મને કાયમ તારી જોડે ડાન્સ
કરવાની ખુબ ઇચ્છા હતી! How
cliche! પણ હતી- ખુબ જ હતી!
મેં ક્યારેય તને કહ્યું નહીં આ
વિશે નહીં? મને લાગતું હતું કે
કશું પણ થશે ને હું તને મનાવી
લઇશ- પાછો લાવી દઇશ. પણ
છેલ્લે મને ભરોસો થઇ ગયો હતો
કે ના, હવે તું જતો રહીશ- નહીં
રહે! તો મેં વિચાર્યું હતું કે જો
તું મને ફરીથી ક્યારેક મળી
ગયો તો હું ડાન્સ કરી લઇશ
તારી સાથે.
તને ખબર છે જે છોડીને જાય ને
એ એકલું ગુનેગાર નથી હોતું,
જે પછી ના બોલાવે ને એનો
પણ એટલો જ ગુનો હોય છે!

પણ મારામાં એ હિંમત નહોતી
કે તને પાછો બોલાવી શકું. હું
જોવતી ગઈ એ દરેક પળો, મને
લાગતું રહ્યું કે કદાચ હા, સાચે
જ હું તને લાયક નથી! બુકનું
એ એક પાનું જાણે કે મેં
વાંચ્યા વગર જ ઊપલાવી દીધું.
એ સ્વીકારતી ગઈ કે જે વસ્તુ-
કા વસ્તુ જ! આટલી નજીક છે
એ ક્યારેય નહીં મળે! એટલે
મેં બસ ખાલી ડાન્સ માંગ્યો!
માની લીધું મેં કે તું નહીં મળે!
શું ખુટશે કે નહિ ખુટે એ તરફ
તો એવું જ નહીં! દરેક તકલીફ
ખોટી છે એમ માની લીધુ- અરે
પોતાની જાત જ આખી ખોટી
છે એમ માની લીધું! શું એઈએ

છે તને... કે હું આવી જઉં
તારી પાસે પાછી? હું તો હવે
છું જ નહીં, જે હતી! ક્યાંથી
લાવું મારી જાતને તારા માટે
પાછી?! જ્યારે હું છું જ નહીં
મારી પાસે જ?"
અને પોતાનો હાથ છોડાવીને જતી
રહી. ડાન્સ પણ થઈ ગયો આટલી
વારમાં?
હું ક્યાંથી માની લઉં તારી વાત?
ક્યાંથી જવા દઉં તને આમ જ?
બસ, મારે કોઈ વાત કરી નથી
કરવી અત્યારે અહીં. એક જ વાત
કહેવી છે મારે કે એ રાતે તને
ભેટીને જે કંઈ પણ કીધું, હજુ
પણ એ જ કહું છું. મને હવે
મારા પર તો બિલકુલ વિશ્વાસ
નથી, તારા પર ખબર નથી. પણ

એક સાથે આપણા બંને
પર છે!
મને નથી ખબર કે હવે આજે
તું જતી રહીશ પછી શું થશે,
પણ આ બધા પત્રો હું તને
આપીશ.
ને આ વખતે, તારા જવાબની રાહ
જોઈશ.

PS: Your lips are still the
same! You have no idea
how much I have missed
kissing them !!!

HUH!

મેં ફટાફટ છેલ્લું પરબીડિયું ખોલ્યું,

"પરબીડિયું ૯"

Idiot! You have left
me! કાશ! આજ માટે પણ
લખી શકત હું!
સોરી! આજે તને બાય નહીં કહી
શકું હું - તને જવા દઈ શકું
એવી હાલતમાં નથી હું! એટલે
ના આવ્યો તને મૂકવા...
તને તો જરૂર નહોતી જ!
પણ તોય!
આ દિવસોમાં મેં મારી જિંદગીના
એ બધા જ સુંદર દિવસો
પાછા લાવવા પ્રયત્ન કર્યો છે
ક્યાંક કશુંક પીડું તારામાં પણ
બાકી નથી? આજુબાજુની દુનિયા
માટે તો આપણે બહુ હિંમત
ભેગી કરી રાખી હતી!

એકબીજાની જોડે રહેવા
થોડી પણ બાકી ના રાખી?
Anyway, thanks for
coming!
કાશ, તારી સાથે વીતાવેલી
એ દરેક સાંજ ક્યારેય ઢળે જ
નહીં...

બધી ઊથલપાથલ-ચહલપહલ શાંત થઈ ગઈ.

હું ફક્ત કંઇ એનું કામ કરવા તો ત્યાં ગઈ નહોતી!

એનાં ઘરે રોકાવા માટે મેં ઇનકાર નહોતો કર્યો એનું કોઈક તો કારણ હતું જ ને!

જિંદગીમાંથી એ તો નીકળી જ ગયો હતો ને ક્યારનો - પણ તોય જિંદગી એની સાપેક્ષે ચાલતી હતી ને, એ આગળ વધી ગયો એટલે આગળ વધવાનું હતું ને મારે!

This is cheating!

મારે જવું છે એની પાસે હમણાં જ!

હવે લાઇટ્સ ઓફ થઈ ગઈ હતી, પ્લેન રનવે પર દોડવા લાગ્યું હતું! હવે હું શું કરું!

I need to call him!

મેં મારો ફોન હાથમાં લીધો! નેટવર્ક એટલું સ્ટ્રોંગ નહોતું કે હું ફોન કરી શકું, એટલે ફોનમાં નેટ આવવાનો તો કોઈ સ્કોપ જ નહોતો!

હવે પ્લેનની રનિંગ સ્પીડ વધી ગઈ હતી ને મેં એને મેસેજ કર્યો,

"Mare 10th 'પરબીડિયું' joie chhe."

હું ઑલમોસ્ટ હવામાં હતી ત્યારે delivery report આવ્યો ને એની સાથે જ એક રીપ્લાય પણ,

"☺"

પહેલી વાર કોઈ સ્માઇલી મને આટલું એક્સ્પ્રેસિવ લાગ્યું હતું!

'પ્રેમ' હજુ પણ એમ જ થાય છે,
કારણ કે
દિલને જનરેશન ગેપ નથી નડતો!

Other Work of Author:

Available in all leading stores and website.